Phóng tác: Mary Tillworth
Dựa theo kịch bản phim của: Steve Granat & Cydne Clark
Minh họa: Ulkutay Design Group

Xin chân thành cảm ơn Sarah Buzby, Cindy Ledermann, Ann McNeill, Dana Koplik, Emily Kelly, Sharon Woloszyk, Tanya Mann, Julia Phelps, Rita Lichtwardt, Kathy Berry, Rob Hudnut, David Wiebe, Shelley Dvi-Vardhana, Michelle Cogan, Rainmaker Entertainment và Walter P. Martishius

**Công ty TNHH Đầu tư và phát triển Tân Việt giữ bản quyền xuất bản
và phát hành ấn bản tiếng Việt trên toàn lãnh thổ Việt Nam**

NHÀ XUẤT BẢN MỸ THUẬT
Chịu trách nhiệm xuất bản: Đặng Thị Bích Ngân
Người dịch: Thu Dương - Biên tập: Thu Trang - Minh Tâm
Thiết kế: Hồng Nhã - Chế bản: Hữu Mạnh
In 2.500 cuốn khổ 20,5 x 26 cm tại Công ty TNHH Thương mại In Bao Bì Tuấn Bằng
Số ĐKXB: **QĐ.517 - 2014/CXB/48 - 18/MT**
Cấp ngày 21 tháng 3 năm 2014
In xong và nộp lưu chiểu quý II năm 2014

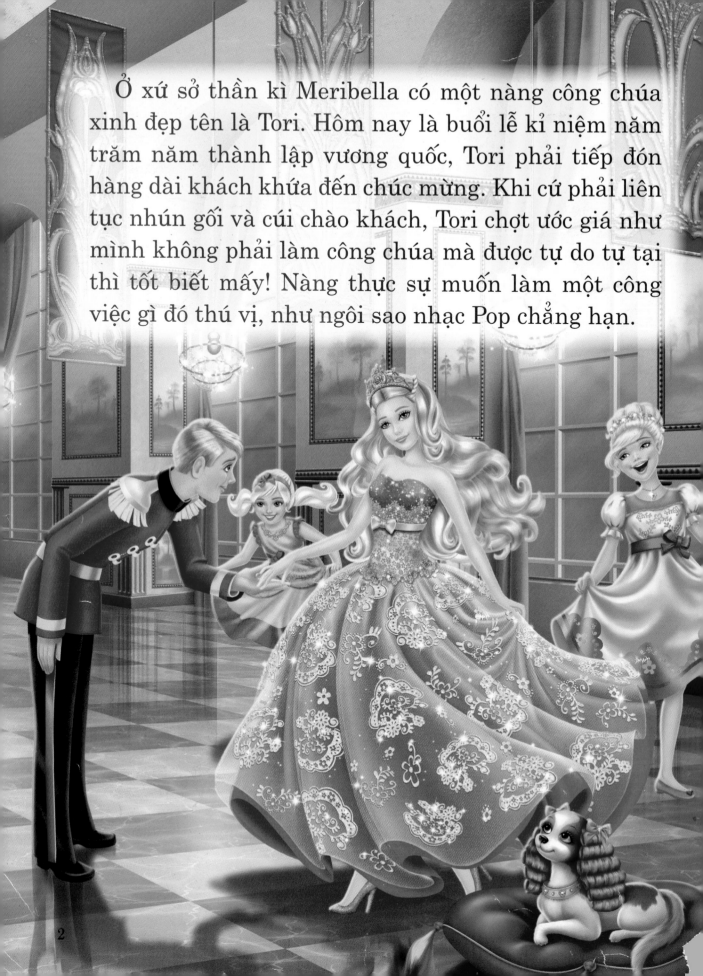

Ở xứ sở thần kì Meribella có một nàng công chúa xinh đẹp tên là Tori. Hôm nay là buổi lễ kỉ niệm năm trăm năm thành lập vương quốc, Tori phải tiếp đón hàng dài khách khứa đến chúc mừng. Khi cứ phải liên tục nhún gối và cúi chào khách, Tori chợt ước giá như mình không phải làm công chúa mà được tự do tự tại thì tốt biết mấy! Nàng thực sự muốn làm một công việc gì đó thú vị, như ngôi sao nhạc Pop chẳng hạn.

Cách hoàng cung không xa, một ngôi sao nhạc Pop tên là Keira đang biểu diễn trước đám đông khán giả cuồng nhiệt. Dù rất thích ngày ngày được biểu diễn trên sân khấu như vậy nhưng Keira cũng ước giá như mình có thêm thời gian để sáng tác các ca khúc mới. Cô muốn được sống cuộc sống vô tư lự của một nàng công chúa.

Hôm sau, những người nổi tiếng được mời vào hoàng cung. Keira cũng nằm trong danh sách khách mời và cô sẽ biểu diễn tại buổi lễ kỉ niệm. Sau một hồi trò chuyện, Tori và Keira đã trở thành bạn của nhau, thậm chí hai con chó của họ là Riff và Vanessa cũng nhanh chóng trở nên thân thiết.

Tori dẫn Keira đi tham quan hoàng cung một vòng, sau đó hai cô gái còn nói đùa về việc tráo đổi vị trí cho nhau. Keira cho Tori xem chiếc mi-crô thần kì mà bác cô mới tặng. Để kiểm chứng sự kì diệu của nó, Keira liền biến chiếc váy của mình thành một chiếc váy dạ hội lộng lẫy của hoàng gia.

"Tớ cũng có một thứ tương tự như vậy." Nói rồi công chúa liền lấy chiếc lược thần kì của mình ra và tạo cho mình mái tóc theo phong cách rất cá tính.

Keira và Tori nhìn nhau chằm chằm. Bỗng họ cùng thốt lên: "Chà, trông cậu giống tớ quá!"

Sau đó, Tori cải trang thành Keira còn Keira thì cải trang thành Tori rồi hai người tiếp tục cùng nhau đi khám phá cung điện. Họ bước vào một khu vườn bí mật nơi các nàng tiên đang chăm sóc cho một cái cây có rất nhiều bông hoa kim cương.

Tori giới thiệu với Keira: "Đây là cây kim cương thần kì. Rễ của nó lan ra khắp vương quốc. Nếu không có nó, vương quốc Meribella sẽ héo úa và tàn lụi."

8

Trong khi Keira và Tori đang trầm trồ trước vẻ đẹp của khu vườn thì họ tình cờ nhìn thấy hai viên kim cương bị rơi dưới đất. Các nàng tiên ở khu vườn lấy hai viên kim cương đó làm mặt dây chuyền hình ngôi sao cho Keira và mặt dây chuyền hình trái tim cho Tori.

Đúng lúc đó, Tori chợt nảy ra một ý kiến. Nàng đề nghị Keira đổi vị trí với mình trong vòng một ngày: "Tớ sẽ thành ngôi sao nhạc Pop, còn cậu sẽ thành công chúa! Điều đó thật tuyệt!"

Hai cô gái đều rất thích thú vì sự thỏa thuận này mà không để ý rằng Crider - người quản lý tham lam của Keira đã lén đi theo họ và nhìn thấy cây kim cương quý.

Sáng hôm sau, Tori bắt đầu sống cuộc sống của Keira trong vai trò một ngôi sao nhạc Pop. Suốt buổi tập vũ đạo, nàng đã hào hứng nhảy theo điệu nhạc. Được tự do nhảy múa như vậy, Tori rất vui.

Cùng lúc đó, Keira đang đóng giả công chúa Tori và tận hưởng thời gian nghỉ ngơi rảnh rỗi. Khi được ngồi trên xe ngựa hoàng gia đi khắp vương quốc, Keira cảm thấy tự do tự tại hơn bao giờ hết.

Cả công chúa và ngôi sao nhạc Pop đều rất vui vẻ khi đóng vai của nhau nên họ quyết định sẽ tráo đổi vị trí thêm một thời gian nữa.

Hôm sau, lần đầu tiên Tori - lúc này đang cải trang thành Keira - đi dạo phố. Thấy cô, các bé gái vội ùa đến xin chữ ký. Các em kể với Tori rằng gia đình mình không có đủ tiền để mua vé xem lễ hội. Nghe vậy, Tori liền quyết định sắp xếp cho tất cả các em nhỏ trong vương quốc Meribella được đến xem buổi biểu diễn miễn phí.

Tại hoàng cung, Keira cũng đang rất thoải mái trong vai công chúa Tori. Nhưng càng ngày, hành động của cô càng không giống một công chúa, như việc cô đặt cả chân lên bàn ăn chẳng hạn. Vì hành động thiếu lịch sự này mà cô bị phạt phải ở trong phòng của mình không được ra ngoài nữa.

Vào đêm diễn ra lễ hội, cả Keira và công chúa Tori đều gặp phải rắc rối: Keira thì vẫn bị nhốt trong phòng công chúa, còn Tori thì chưa thực sự sẵn sàng cho buổi biển diễn. Tori cố gắng gọi cho Keira nhưng không liên lạc được.

Vì biết buổi biểu diễn này rất quan trọng nên Tori vẫn quyết định lên sân khấu. Dù rất lo lắng nhưng nàng vẫn cố gắng hít một hơi thật sâu rồi bắt đầu cất giọng ca ngọt ngào, trong trẻo trước những khán giả đang nín lặng lắng nghe mình. Khi nàng hát hết bài hát, khán phòng im lặng vài giây... rồi tất cả như vỡ òa trong sự phấn khích.

Cùng lúc đó, Crider và trợ lý của hắn là Rupert đã lẻn vào khu vườn bí mật của hoàng cung. Rupert nhổ cây kim cương lên khỏi mặt đất còn Crider thì ra sức nhặt hết những viên kim cương rơi trên mặt đất. Xong xuôi, hắn giục Rupert: "Mau chuồn khỏi đây thôi!"

Sau khi cây kim cương bị nhổ lên, tất cả cây cối trong vương quốc Meribella đều lập tức héo úa và rũ xuống. Tori cầm những bông hoa màu nâu úa rũ trên tay và hốt hoảng kêu lên: "Chuyện gì thế này? Hay là cây kim cương đã..." Nói rồi, nàng lao ngay ra khỏi sân khấu và biến lại thành công chúa.

17

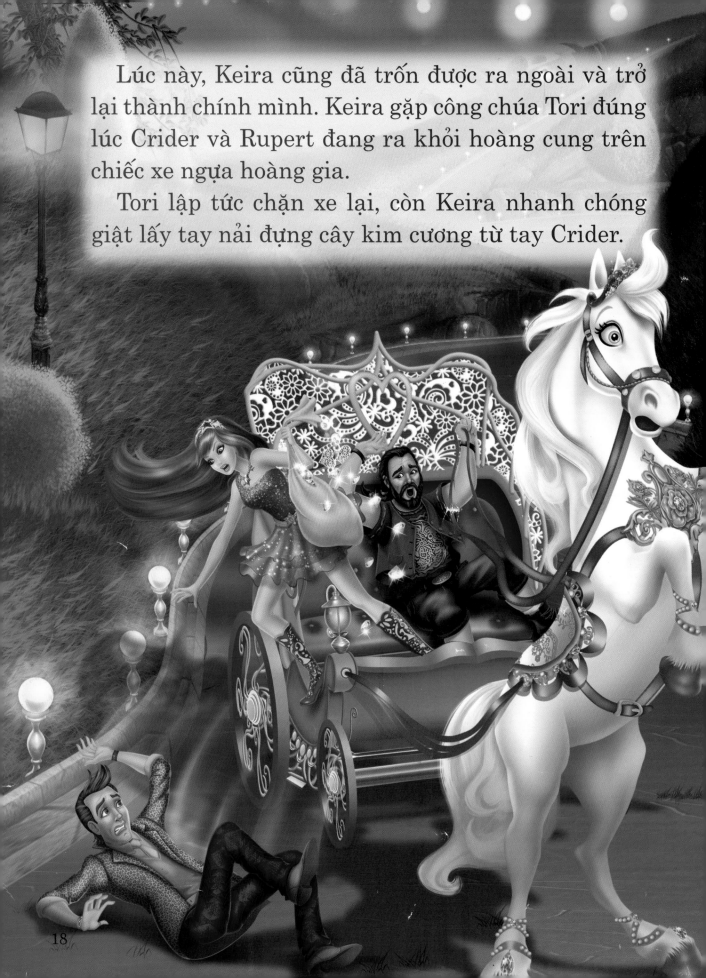

Lúc này, Keira cũng đã trốn được ra ngoài và trở lại thành chính mình. Keira gặp công chúa Tori đúng lúc Crider và Rupert đang ra khỏi hoàng cung trên chiếc xe ngựa hoàng gia.

Tori lập tức chặn xe lại, còn Keira nhanh chóng giật lấy tay nải đựng cây kim cương từ tay Crider.

Tori và Keira vội vã mang cây kim cương đến khu vườn bí mật và cố gắng trồng lại nó, nhưng tất cả đã quá muộn. Vậy là mọi phép thuật ở vương quốc Meribella sẽ biến mất mãi mãi ư?

"Sao cậu không trồng một cây kim cương khác?" - Keira thắc mắc.

Tori buồn rầu đáp: "Vì kim cương chính là hạt giống. Nếu như còn viên kim cương nào thì chúng ta có thể trồng lại cây kim cương, nhưng tiếc là…"

Bỗng Tori và Keira nhớ ra rằng họ vẫn còn hai viên kim cương trên vòng cổ của mình. Họ nhanh chóng tháo chúng ra và gieo xuống đất. Chẳng bao lâu sau, hai cây kim cương mới đã nảy mầm, và thế là sự sống ở vương quốc Meribella lại hồi sinh - Meribella đã được cứu!

Công chúa Tori và ngôi sao nhạc Pop Keira cùng nhau quay lại sân khấu để tham gia buổi biểu diễn. Trước khi bắt đầu, Keira quay sang nói với Tori: "Tớ nghĩ bài này mà song ca thì sẽ hay hơn rất nhiều đấy!" Tori gật đầu. Và hai người bạn cùng cất tiếng hát trong sự ăn ý hoàn hảo.

Tuy việc tráo đổi vị trí cho nhau cũng mang đến nhiều điều thú vị, nhưng Keira và Tori đều biết rằng họ nên trở về cuộc sống vốn có của mình và làm thật tốt mọi việc. Công chúa và ngôi sao nhạc Pop nắm tay nhau và hứa sẽ là bạn tốt của nhau mãi mãi.